புத்தக அறிமுகம்

இயற்கை இவ்வுலகை கொடையளித்த பொழுது மண்ணும், புதறும் , மலுங்கிய பாறைகளும் இருந்து பின் உயிருள்ள ஒரு செல் உயிரிகள் பல்லாயிர வருட பரிணாமத்தில் பல்கோடி உயிர்களாய்ப் பெருகி கால மாற்றத்தில் தத்தமது நிலையிலிருந்து உயர்நிலை அடைந்ததாக பரிணாமக் கொள்கையில் டார்வின் உரைக்கிறார்.

பல்லாயிரம் ஆண்டுகளில் உலகின் நிலையும் மாறியது. புதற்கள் காடுகளாகின , மலைகள் வசிப்பிடமாகின, ஆற்றுப்படுகைகள் மனித நாகரிக தொட்டிலாகின. எல்லாம் தன்னிலையில் வளர உயிர்கள் உலகில் பகுத்துண்டு பல்லுயிர் ஓம்பின.

இச்சூழலில் மனிதனின் பரிணாமம் சற்று விரைவாய் சிந்திக்கும் திறன் பெற பின் தான் சந்திக்கும் இடமனைத்தும் தனதாக்கினான்.
காடுகள் வீடுகளானது, எல்லைகள் தோன்றின, அதிகாரப் பசியில் இயற்கையை இரையாக்கினான். விஞ்ஞான வளர்ச்சியில் வாழ் உலகை பாழாக்கினான். தான் மட்டும் வாழ்ந்தால் போதுமென மென்மேலும் சீர் கெடுத்தான்.

இந்நிலையில் இப்புத்தகமானது ஒரு விந்தை முயற்சி. ஒரு கறிக்கடைக்காரன் கை கொண்டு ஆட்டிற்கு கருணை மனு எழுதும் முயற்சி. மரணிக்கச் செய்த மனித மனங்களில் மறுமலர்ச்சி தேடும் முயற்சி. 45 எழுத்தாளர்கள் இணைந்து இவ்வுலகம் எவருக்கும் பொதுவென நிறுவும் படைப்பு.

இவ்வாறாக பாழ்பட்ட உலகையும் பாழ்படுத்திய உயிர்களையும் ஒரு கோட்டில் இணைத்து ஈடில்லா இலக்கியம் மூலம் காயம்பட்ட உலகிற்கு ஒரு கவிதை அருமருந்து தந்து இதை நுகரும் வாசகர் மனம் மாற்றம் கண்டு உலகை குணமாக்கும் என நம்புவோம்

"Book Benchers" - உங்கள் எழுத்துக்கள் உலகத்துடன் பேசட்டும்

AF897533

தொகுப்பாளர் அறிமுகம்

பெயர் : சோ.சிவாசலபதி

தந்தை பெயர் : சி.சோமசுந்தரம்

ஊர் : கரூர்

கல்வி : முதுஅறிவியல் வேதியியல் (கோவை)

தற்போதைய பணி : உயிர் தகவலியல் ஆராய்ச்சியாளர் (பெங்களூரு)

பிற துறை படிப்பு : முதுகலை அரசியல் முதலாமாண்டு (இந்திரா காந்தி பல்கலைக்கழகம் , புதுதில்லி)

இலக்கியப் பங்களிப்பு : பத்திற்கும் மேற்பட்ட கவிதைத் தொகுப்பகளில் பங்கெடுப்பு
இரண்டாண்டுகளாக வலைப்பதிவில் இலக்கியப் பதிவுகள்

முகநூல் : **Siva Salapathy**

மின்னஞ்சல் : shivasalapathy@gmail.com

படவரி : **its_shivsss**

வலைப்பதிவு : **aestheticpenman@blogspot.com**

ஒருவருக்கா உலகம்?

இயற்கை மகன் விளையாட
இறைத்தந்தை பரிசளித்தான்
பூமி என்னும் புதுப்பந்து
உயிர் வாழும் சுழல் பந்து

இயற்கையின் இன்பம்
பூமியின் சுழலில்
இணைந்து சுழலும்
ஈர்ப்பின் மாயம்

பந்து வாழ் உயிரினங்கள்
பக்குமாய் எடை கூட
இன்ப ஈர்ப்ப பூப்பந்து
இரும்பென கனத்தது

வாழும் உயிர்கள் மெல்ல
பரிணாமம் கண்டிட
வாழும் உலகை விரைந்து
பரிகாசம் செய்தன

குளிர்ந்த காற்று அனலாக
கூரிய பனி கரைந்தோட
பகை சுமை புகை எழும்ப
பரிதாப ராகம் ஒலித்தது

கைசுழல் பூப்பந்து
கடும் வெப்பம் கக்கிட
பொறுக்காத இயற்கை மகன்
வெறுப்பாய் கைவிட

ஆறறிவு உயிரின
ஆணவத்தின் சாரலில்
ஓரறிவு நுண்ணுயிரியும்
ஓயாது ஓலமிட்டது

இயற்கையின் கைவிடலில்
உலகெங்கும் இருள்சூழ
பாகுபாடு ஏதுமின்றி
பொதுவுடமை தண்டனை

மனிதன் வாழ
மற்றவையும் வாழ
ஒருவருக்கா உலகம்? இது
எவருக்கும் உலகம் !

சோ.சிவாசலபதி

மாற்றம் காண் மனிதா!

மண் நிற்கும் மரங்கள் காணவில்லை,
மனம் காக்கும் சூழலுக்கு நிம்மதி இல்லை,
மனிதா!
மூளை முளைத்த நரம்புகள் இருந்தும்,
முளைத்த வேர்கள் சிந்தையில் இல்லை!

சுயநலம் பேச, சூழலிடம் வாதாடுகிறாய்,
சூழ்ச்சியால் சூழலை சூறையாடுகிறாய்,
சுயமாக சிந்திக்க உமக்கு புத்தி வரவில்லையோ?
சுட்டெரித்து வாழ்கிறாய், இஃது பரவாயில்லையோ?

மழை எங்கே பொழிகிறது?
வெள்ளம் எங்கே தங்குகிறது?
வெற்றிடம் இங்கே திகைக்கிறது!
வேறாரும் வேண்டும் என்றால் சொல்லி விடு!

நீர் நிலைகள் நிம்மதி போச்சு,
நிலங்கள் இங்கே மாடியாச்சு,
நினைத்தே சூழல் வாடிப் போச்சு,
நிம்மதியற்று உறங்கிடுச்சு!

ஊரெல்லாம் உலவிய காற்றெங்கே?
குரலை குறைத்த முகவரி எங்கே?
காலங்கள் மாறிடுச்சு,
கடினங்கள் கூடிப் போச்சு!

காசுக்கு இங்கே தண்ணீர்,
கட்டுக்கு இங்கே காற்று,
தலைமுறை தழைக்க வழியேது?
தடைகள் அனைத்தும் நிறுத்திவிடு!

குப்பைத் தொட்டிகள் நெகிழி பார்த்து,
குறைகள் பல சொல்லிடுச்சு,
கொஞ்சம் காதில் கேட்டுவிட்டு,
விரைவில் நீயும் பயன்படுத்து!

மாசுக்கு பஞ்சமில்லை,
மனதில் பயமும் பாயவில்லை,
எல்லாம் அறிந்து நடந்திடு,
எல்லைகள் பல உண்டு உணர்ந்திடு!

ழஞங' (கலாம் நேசகி அபிதா)

ஞானமில்லா ஞாலம்

இயற்கையைப் பெண்ணாக எண்ணி
வர்ணித்ததன் விளைவோ என்னவோ
காமம் கொண்டதன் அழகை
அனுபவிக்க அலையும் அரக்கர்கள்!
வாகனங்கள் என்ற வழியில்
வாயுக்களை வான னுப்பி
வான்மதியின் இதயமாம் ஓசோனில்
துளையிட்டுத் துள்ளும் துரோகிகள்!
அகழ்வாரைத் தாங்கும் நிலமாம்
அதனை அளவிற்கு அதிகமாக
ஆழ்துளையிட்டு அமுத சுரபியின்
வறட்சிக்கு வித்திடும் வாரிசுகள்!
சகித்தது போது மென்று
சினங் கொண்டு சிதறியவள்
அந்தி மழையை அமிலமாக்கி
இன்னல் இதுவென இயம்பிய
இக்காரிகைக்குச் செவி மடுக்காமல்
காடுகளைக் கரைத்து காகிதமாக்கிக்
'காடுகள் நமது காவலர்கள்'
என்று கருநீல மையில்
எழுதும் ஞானமில்லா ஞாலம்!

ரா.சி.லோகேஷ்வரன்

துணிந்து எழு நண்பா

உன்னை சுற்றிப் பார்
உன் சுற்றத்தைப் பார்
எல்லாம் பச்சை பசேல் என்று இருக்கிறதா
பாடும் சிறு பறவைகள்
திரிகிறதா
இருந்தால் நீ அதிஷ்டசாலி
இல்லையென்றால் நீ துரதிர்ஷ்டசாலி
எங்கும் குப்பைகள் சூழ்ந்த கூடம்
சிதறி கிடக்கும்
நெகிழி
மேடுகளாய்க் கழிவுகள்
நாடெங்கும் பிணிகள்
மாற்றம் வேண்டுமா
மாற்றிட வேண்டுமா
துணிந்து எழு நண்பா
தூய்மை செய் நண்பா
சுற்று முற்றும் எல்லாம்
சுவைதரும் விருந்தாக மாற்ற

த. அருணா

அறிவியல் அழிவிற்கே

ஆயிரம் ஆயிரம் மாற்றங்கள் அறிவியல்தான்!
அள்ளிக் கொண்டு வருகிறது அன்றாடம் !
தள்ளிக் கொண்டு செல்கிறது அழிவிற்கு!
வீட்டு முற்றத்தில் கூடுகட்டிய சிட்டுக்குருவி
விட்டுப் பிரிந்த திசை அறியோம்!
நாம் எட்டிப் பிடித்த பட்டாம்பூச்சி
எங்கே போனது அறியோம்!
ஆற்று மணலை அள்ளி மாற்றாய்
கழிவுகளுக்கு கால்வாய் அமைத்தோம்!
வானில் கதிர்களுக்கு வழி கொடுக்க
வண்ண வண்ணமாய் இரசாயனம்!
காற்றில் மாசு! ஓசோனில் ஓட்டை!
ஊதாக் கதிர்கள் உட்புகுந்து உடலில் கேடு!
சாலைகளை விரிவாக்க மரத்தை வெட்டி
மழைநீருக்கும் வந்தது கேடு!
விளை நிலங்கலெல்லாம் விலை நிலங்களாக!
காணும் திசை எங்கும் காங்கிரீட் சுவர்கள்!
அனைத்தையும் உறிஞ்சும் ஆள்துளை கிணறுகள்!
வரம்பின்றி வகுத்தோம் அழிவிற்கு பாதையை!
வகுக்க வேண்டும் ஆக்கத்திற்கான பாதையை!"

பாவலர் நிவேதா மனோகரன்

பூமி எனும் புதையல்

இயற்கை எல்லாம்
இடம் பெயர்ந்து இல்லமாயின!

பூமி என்னும் புதையலுக்கு கீழே
நிரப்பாதே நெகிழியை!

நாலுவழிச்சாலை வேண்டி
மொட்டை அடிக்கப்பட்டது
வயலுக்கும் மலைகளுக்கும்!

பூக்களை கிள்ளினாலும்
இரத்தம் வடியுது பூமியிலே!

அழியுமுயிர் காக்காவிட்டால்
மனிதனுக்கு ஆறறிவிருந்து என்ன பயன் ?

பூவிற்கு மட்டுமா சொந்தம்
பூங்காவிற்கும்தான் சொந்தம் தென்றல் !

மனிதனுக்கு மட்டுமா சொந்தம்
மற்ற உயிர்களுக்கும்தான் சொந்தம் பூமி !
மறவாதே மனிதனே!

மணிராஜ்.பா

பஞ்சபூதமே நம் பாதுகாப்பு

ஆகாயத்தை அழகாக்க, காற்றை சுத்தமாக்க,
நீரை தூய்மையாக்க,
மண்ணை செழுமையாக்க, நெருப்பை சாம்பல் உரமாக்க,
பாடுபடும் மனிதா நீ இயற்கையை காதலி, இயற்கை
உன்னை காதலிக்கும்,
மாசுபாடு இல்லாத சுற்றம்,
நம் ஆயுளை கூட்டி தரும்,
நம் ஆயுளோ பல சேவை செய்யும், சுற்றுப்புற தூய்மையை
சுத்தமாக பார்த்திருக்க, மனித பிறப்பே புனிதம், இந்த
கொடை பூமியை நாம் அழகாக்க பிறந்ததால்!

நாமக்கல் செந்தில்

யார் பொறுப்பு

ரோட்டையெல்லா விரிவாக்குறாக...
மரத்தையெல்லா வெட்டுறாக...
நூறு வயசு தாண்டின மரம்
இது என்ன
அங்கீகரிச்ச குத்தமா...?
பாவம் மரம் ஏன்னு
கேள்வி கேட்க வாயில்லாம
உள்ளுக்குள்ளையே அழுகுதே...
மரத்தை வெட்டி இயற்கை வரத்தை இழந்த
கிறுக்கனுக்கு இல்லையா இ.பி.கோ...?

சிட்டுக்குருவிகளெல்லா
வீட்டு முற்றத்தில
கூடு கட்டி வாழ்ந்துச்சு...
குருவி குஞ்சுகளோட
""கீச் கீச்""
சங்கீதம் காதுகளுக்கு
இனிமை தெரியுமா..!
இன்னைக்கி ஒன்னக்கூட
காணல...
ஒரு வர்கத்தையே அழிச்சுருக்கோமே
கொஞ்சம் கூட மனசு கோணல?...
பாவோ ! குருவி எங்கப்போயி
முறையிடும்...
வாயில்லா உயிரையெல்லாம் நோயாக்கிய பாதகனுக்கு
இல்லையா ஈ.பி.கோ...?

ஆறுகலெல்லா பாவோ...
அதோட உடுப்பான
மணலை அள்ளி
அதை நிர்வாணமாக்கி
வச்சுருக்காங்களே...
இதுவும் ஒரு ஈவ் டீசிங் குற்றம்...
ஆத்து மகள அம்மணமாக்கிய அயோக்கியனுக்கு
இல்லையா இ.பி.கோ...?

வளிமண்டலத்தில
அங்கங்க ஓட்டைக...
இராசாயண கழிவுக
ஆறா ஓடுது..!
மேகங்கள் எல்லாம்
அமிலமழை பெய்ய
தயாராகுது
இதுக்கு யாரெல்லாம் காரணகர்த்தா
இதை உணர்வார்களா...?
புகையா அனுப்பிச்சு உலகை
பகையாக்கிய திருடனுக்கு
இல்லையா இ.பி.கோ...?

விளைநிலங்கள் எல்லா
விலை நிலங்களாகுது
பூமாதேவிக்கு கான்கிரிட் சேலை..
அவளோட உடம்பு எங்கையும்
இரத்தம் உறிஞ்சும் ஊசியா
ஆழ்துளை கிணறு...
இதுக்கு ஒரு வரம்புக்கோடு
இல்லையா...?
பூமித்தாயி உடம்புல ரத்தத்த திருடுன
ராட்சசனுக்கு இல்லையா இ.பி.கோ...?
என்னாச்சு பசுமை புரட்சி...
என்னாச்சு
எவருக்குமான உலகம் !

கவியருவி பா.சரவணன்

புதியதோர் பூமி செய்வோம்

கண்ணில் கண்ட மரத்தையெல்லாம் காணாமல் செய்த
மனிதன்!
இன்று கண்ணுக்கு தெரியாத வைரஸ் கண்டு வாடி
நிற்கிறான்!
மணலைத் திருடி மாளிகைகட்டி!!
மலையை திருடி மாடிகள்கட்டி!
கற்களை திருடி காங்கிரிட் சுவர் கட்டிய நாம்!!
இன்று ஆக்சிஜன் தேடி; ரெம்டிஸிவர் திருடி உயிர்
பிழைக்கும் நிலைக்கு வந்துவிட்டோம்
அமிழ்தான மழையும்! இன்று அமில மழையானது!
அமிர்தமாய் இருந்த ""ஆ'' வின் பாலும்! இன்று நமக்கு
ஆபத்தை தருகிறது!
சுகமாய் பிறக்க வேண்டிய குழந்தை இன்று சுவாச
கோளாறுடன் பிறக்கிறது!
நெகிழியில் நேப்கின் செய்ததால் புற்றுநோய் கண்டு பலரை
புதைக்கும் அவலம்!
வான் மேகங்கள் நம்மை ஈரமாக்குகிறது!
ஆனால் நாம் அதை காயமாக்குகிறோம்!
காட்டை அழிக்கவில்லை நாம் வாழ்நாள் டேட்டை அழித்து
கொண்டு இருக்கிறோம்!
நாம் இயற்கையை அழிக்கவில்லை!
நம் இனத்தை அழிக்கிறோம்!
நாம் இணைந்து நின்றால் இயற்கையை மீட்டு எடுக்கலாம்!
உரம் இல்லா உணவு செய்வோம்!
குப்பை இல்லா கூவம் செய்வோம்!
துணிப் பை தூக்கி, இனி துன்பம் தூக்கி எறிவோம்!!!
மாதம் இரு மரம் நட்டு நாட்டினை வளர்த்திடுவோம்!!
சுற்றத்தோடு சேர்ந்து சுற்றுச்சூழலைப் பேணி
காத்திடுவோம்!

ஐயப்பராஜா

இயற்கையோடு ஒன்றி வாழு

பசுமை ஆடை உடுத்தி,
புன்னகையின் தேசமாய்,
பல்வகை உயிர்களின் நேசத்தில்
உயிர் கோலாய் சுழல்கின்ற பூமி
இன்று உயிரற்று உழல்வது ஏனோ
காடுகளை அழித்தோம் கடும் விளைவுகள் கண்டோம்;
மரங்களை வெட்டினோம், மழை தனை மறந்தோம்;
ஆற்று நீரில் நெகிழியால் நிரப்பினோம்;
ஆகாய ஓசோனை ஓட்டையிட்டோம்;
ஏ.. மனிதா!
இயற்கையோடும் உன் வாழ்க்கை கொஞ்சம் பங்கிடு..!
பல்லுயிர்களோடு இணைந்த வாழ்வில் தங்கிடு
மனிதா! காடுகளை வாழ விடு;
மலைகளை சற்று சுவாசிக்க விடு..
கடல்களை சற்று இளைபார விடு!
நதிகளை கொஞ்சம் நடமாட விடு.
இயற்கையோடு இனி உறவாடு.
இயற்கையை நேசி ! அதுவே இனி நம் எதிர்காலம் என்று
யோசி!

பா.தன்ஷா

ஆறறிவின் ஆஸ்த்தி அல்ல
மனிதனாய்ப் பிறந்து மகுடம் சூட்டியவனே...
மனிதநேயம் மறந்தது ஏனோ?

ஆறறிவு கொடுத்த ஆண்டவனே
அவமானப் படும் வண்ணம்
அகங்காரம் கொண்டு
மற்றுள்ள உயிர்களை மதிக்கும்
குணம் தொலைத்த தேனோ ?

வானும் மண்ணும் வாழ்பவனின்
ஆஸ்த்தி என்றால் ,
புல் முதல் மற்ற உயிர்கள்
வரை, பங்கு கொடுக்கும்
மனப்பான்மை மறைந்த தேனோ ?

உன் பசிக்கு புசிக்கவல்ல
புவியில் பிற உயிர்களின்
உன்னதமான வாழ்வு எனும் உண்மையை உணர்த்
தவறியதேனோ?

அடுக்கடுக்காய் அரண்மனை கட்டி
சுகமாக நீ வாழ
காடுகளை எளிதாய் அழித்து
சக உயிர்களின் வாழ்வாதாரத்தை
வதம் செய்ததேனோ ?

கோடிக்கணக்கான மரங்கள் வெட்டி
கட்டிடங்களாக்கி இன்று காற்றின்றி அலைவதேனோ?

இன்றைய நிலைக்கு முடிவு தருவோம்...
இயற்கைக்கு சற்றே விடிவு தருவோம்
இவ்வுலகம் உனக்கு மட்டுமல்ல
இதை உணரும் வரைத்
தீர்வுத் திட்டமே இல்லை!

- சந்தியா முரளிதரன்

மரணத்தின் விலைபேசிகள்

மரத்தை வேரறுத்து மழையை கேட்கும்..
மனசாட்சி இல்லாதவர்களே..
காற்றை நஞ்சாக்கி சுவாசம் கேட்கும்..
கலப்படக் காரர்களே..
நீர்ஆதாரத்தைத் தொலைத்து ஆழ்துளைகிணறு
அமைக்கும்..
அறிவாளிகளே..
பூவைக் கசக்கி வாசங் கேட்கும்..
வஞ்சகர்களே..
காட்டை கருவறுத்து சுடுகாட்டை தேடும்..
முட்டாள்களே..
விளைநிலத்தை விலைநிலமாக்கும்..
விற்பனையாளர்களே..
தாயை கொன்று எதை அள்ளினீர்கள்
மனிதம் மறந்து மருந்து வாங்குபவர்களே..
இயற்கையை ""விற்று மரணத்தை விலைபேசுபவர்களே..
இன்றைய பொழுது நிரந்தரமில்லாத போது...
நாளைய தலைமுறையின் வாழ்வாதரத்தை வேரறுப்பதேன்!

சு. கோகிலா

நியாயமா?

மிஞ்சிப் போனா
நூறு வருசம்!
இந்த மண்ணுமேல
வாழும் கூட்டமே!

மரங்களை வெட்டி!
வீடுகட்டி! சுடுகாட்டில்
குடிபோவது நியாயமா?

போருப் போட்டு
நண்ணீர உரிஞ்சு!
மண்வளத்தை
கெடுக்குறது நியாயமா?

பறவைகள
பறக்க
விடாம!
முடக்கி
வைக்குறது நியாயமா?

விலங்குகள
கூண்டில்
அடச்சி வேடிக்கை
பாக்குறது நியாயமா?

தட்டாம் பூச்சிகள
வளர விடாம!
கொசுக்களவளர்ப்பது
நியாயமா?

நாட்டு மேல
குண்டு
போட்டு
தாய் மண்ணை
மலடாக்குவது நியாயமா?

இயற்கை
வளத்த
அழிச்சிப்புட்டு
செவ்வாய் கிரகத்துக்கு
குடிபோவது நியாயமா?

நீரும்! நிலமும்!
காற்றும்! தீயும்!
வானமும்!
உயிர்கள் யாவைக்கும் பொது
அத நீ மட்டும்
அனுபவிக்குறது நியாயமா?

பா.பிரியன்பாபு

அழிவுப்பாதையில் சுற்றுச்சூழல்

தொழில்நுட்ப வளர்ச்சி என்றெல்லாம் கருதி!
தொழிற்சாலைகளெல்லாம் நித்தமும் நிறுவி!
செயற்கையைச் செம்மையாக்குவோம் எனக்கூறி
இயற்கையை இடைவிடாது இழிவுபடுத்தி!
நச்சுப்புகையை நாள்தோறும் வெளியேற்றி!
நாம் சுவாசிக்கும் மூச்சுக்காற்றில் நாளும் அப்புகையோ குடியேறி!
எதற்கும் ஆகா கழிவுநீரை ஏரியில் கலந்து!
நீர்வாழ் உயிரினங்களெல்லாம் செத்து மிதந்து.!
பார்க்குமிடமெல்லாம் குப்பையை கொட்டி!
பண்பான நிலத்தையும் மகா மாசுக்குள் புகுத்தி!
வீட்டைக் கட்ட காட்டை அழித்து!
மண் வளத்தையும் மாசுபடுத்த,
ஆற்று மணலை அடுத்தடுத்து திருடி!
ஆழ்துளைக் கிணறுகளென்று ஆங்காங்கே அமைத்து!
அடிநீரையும் அழிவுப்படுத்தி!
ஆண்டவன் கொடுத்த இயற்கையை அழிவுப்பாதையில் கொண்டு சென்றுக் கொண்டிருக்கிறான் இன்றைய மனிதன்!

நெல்லை சதிஸ்

எங்களையும் வாழ விடுங்கள்

மனிதர்களே!
அனைத்து உயிர்களுக்குமான இறைவன் கொடை
இவ்வுலகம்
தனக்கு மட்டுமே சொந்தம் என் மனிதன் புரிந்தான் கலகம்!
இருப்பதை எடுத்துக்கொண்டால் நாங்கள் என் செய்வோம்

பறவைகள் நாங்கள் இயற்கை அன்னையின் பாதுகாப்பில்
உயிர் வாழ்கிறோம்.
இயற்கை அழிக்கும் உங்களால் அனுதினம் வீழ்கிறோம்
உயிர்களை உரக்குலைக்கிறீர்கள் என் செய்வோம்
வன விலங்குகளையும் வேட்டையாடுகிறீர்கள்!!!
வான படலங்களை ஓட்டையிடுகிறீர்கள்

மனிதர்களே!
ஐந்தறிவு படைத்த நாங்கள் சுயநலத்திற்க்கும்
பேராசைக்கும் வேட்டையாடியதில்லை. துன்பம்
இழைத்ததில்லை.
ஆனால் நீங்கள் பிறந்த மழலைகளையும் விடவில்லை!
மறைந்து வாழவும் விடாமல் தனித்து வாழவும் விடாமல்
விரட்டியடித்து உணவின்றி வாடும் எங்களை பார்த்து
இரக்கம் இல்லா மனிதர்கள் நீங்கள்

உங்கள் குடும்பங்கள் குழந்தைகள் என மகிழ்ச்சி பொங்க
வாழக்கை வாழும் சுயநலகாரர்கள் நீங்கள்!
நாங்கள் நன்றியுடன் ஆயுள்காலம் வரை உடன்
பயணிக்கிறோம்
ஆனால் சிலர் வேடிக்கை மனிதர்கள் இரக்கம் கருணை
அன்பு மறந்து எங்களை வேடிக்கை பொருளாக்கி
விடுகிறார்கள்!!!

மனிதர்களே!
ஒன்றை மட்டும் நினைவில் வைத்துக்கொள்ளுங்கள் உலகம்
நீங்கள் மட்டும் வாழ்வதற்க்கு மட்டும் அல்ல
எங்களை போன்ற உயிரினங்கள் வாழவும் தான்!
எங்களையும் பிற உயிரினங்களையும் வாழ விடுங்கள்
மனிதர்களே!
இந்த உலகில் எங்கள் ஆயுள்காலம் குறைவு அதையாவது
வாழ விடுங்கள் மனிதர்களே!

கவிஞர் ர. ரமேஷ்

விதை விதைப்போம்

உயிர்களை கொன்றோம்
ஒற்றுமை இழந்தோம்
சாதி மத மொழி இனவேறுபாட்டில்
மனிதநேயம் மறந்தோம்
வளங்களை அழித்தோம்
வளர்ச்சி என்று அழைத்தோம்
நீர்நிலைகளை அழித்து அடுக்குமாடி வீடு நாம்
அமைத்தோம்
வறட்சியும் வருது
பசிநோயை தருது
வளங்களை அழித்து
வளர்ச்சிகள் அமைத்த
உள்ளம் அழுது
வெள்ளம் வருது
பெருவெள்ளம் வருது
நீர்நிலைகளில் வீடுகள் அமைத்த
உள்ளம் அழுது
நாம் முன்பு செய்த பாவம்
இயற்கை அன்னையின்
உச்ச கோபம்
இலவச இணைப்பாய் கிருமி ஆட்டிப்படைக்கும்
சோகம்
எல்லாம் கடந்து போகும் நாளும்
நம்மை வந்து சேரும்
தீய எண்ணம் அழிப்போம் நெஞ்சில்
நல்ல விதையை விதைப்போம் பிஞ்சில்

ந.விஷ்ணு

உயிரோவியங்களை காப்போம்

உயிரோவியமான உலகம்
நாம் காக்கவேண்டிய
நம் குடும்பம்!

பிற உயிர்களுக்கும்
அளித்து வாழவே
பிறந்துள்ளோம்..
அழித்து வாழ அல்ல!

வளர்ச்சி என்ற
பெயரில் - நம்
வீழ்ச்சியைத்
தேடாதிருப்போம்!

ஆறறிவு உள்ளதால்
ஆணவத்தில் ஆடாமல்
உயிர்கள்மீது அதீத அன்பு
செலுத்துவோம்!

உயிர்கள் யாவற்றுக்கும்
உலகின் மீது
உரிமை உள்ளதென
உணர்வோம்!

நம்மைப்போன்று
பிற உயிர்களுக்கும்
உலக வளங்களனைத்தும்
உரியதே!
அழிப்பதற்கு நமக்கு
உரிமை ஏது?

இயற்கை ஒரு முறை
சீறினாலும் நம்மால்
தாங்கத்தான் இயலுமோ?!

முடிந்தவரை - உயிர்கள் அனைத்தையும் காப்போம்...
உண்மையான ; மகிழ்வான - வளர்ச்சிகள் அடைவோம்!
குளிர்வோம்!

ச.த. ரேணுகா

துள்ளி குதிக்கும் மீனை தூண்டில் பிடிப்பது ஏனோ?

சீறிப் பாயும் சிற்றருவி
பெருகி பொங்கும் பாலருவி
அடங்க மறுக்கும் மையின் அருவி
வளைந்தும் ஓடும் ஐந்தருவி
அனாதையான அடர்ந்த கானகத்தில்
ஆர்ப்பரிக்கும் ஆனந்த தாண்டவமே!
பச்சை பசேல் செடி கொடிகள்
தாவி குதிக்கும் சங்கிமங்கிகள்
தென்றல் வீசும் இளம் சூறைக்காற்று
ஆளை தூக்கும் இயற்கையின் அதிசயத்தை பார்த்து!
திருச்சிற்றம்பலம் என்று ஓதும் தீர்க்கதரிசிகள் சிலர்.
திக்கற்ற காட்டில்
திசை மறந்த வாக்கில்
நடை போடுவர் பலர்.
பாய் மரக்கப்பல் இல்லை
பஞ்சு மெத்தை இல்லை
தூறும் வானம் துவட்டிக்கொள்ளும்
துவண்டு விடாமல்
தடுத்துக்கொள்ளும்.
கோடை விடுமுறை என்றால்
ஓட்டம் பிடிக்கிறோம் .
காடை,கௌதாரி என்று
வெட்டி விளாசுகிறோம் .
பூமித்தாயை கொல்ல துடிக்கிறோம்.
புள்ளி விவரத்தை மட்டும் தவறாமல்
கணக்கில் எடுக்கிறோம்.
கடவுள் அளித்த வீணையை
மீட்டி பார்க்கலாம்.
மிதித்து பார்க்கலாமா?
மதித்து நடக்கலாமே!
உலகம் என்னும் சொர்க்க பூமி
இயற்கை கொடுத்த சாவி
இயக்கும் யுக்தி இருக்கு
அழிக்கும் சக்தி அளித்தது யாரு?

பா.கவுசிகா (பார்கவி)

இயற்கைத் தாய்

பச்சைச் சேலையில்
பளபளத்த இயற்கைத் தாய்க்கு,
நெகிழியில் சேலை நெய்து
அவளை நெகிழ வைத்தாயோ?
அவள் நெகிழ்ந்து உருகுவதாலோ!
இமயத்தின் பனியும் உருகுகின்றது..
அவளை அழகுபடுத்தவா
அடுக்கு மாடிகளைக் கட்டினாய்?
அவள் புன்னகைக்குப் பொலிவூட்டவா
புகை மூட்டத்தைக் கிளப்பினாய் ?
உன் நகங்களை வெட்டுவது போலா
அவள் மரங்களை வெட்டினாய்?
மகிழ்ச்சியில் அவள் கண் கலங்கியதாலோ
ஆழி அலைகள் அழிக்கும் அலைகளாயின.
உன் நலம் விசாரிக்கவா ?
குலம் அழிக்கும் கொடும் பிணிகள் .
நீ அவள் மீது காட்டிய அக்கறையை,
அவள் உன் மீது காட்டுகிறாள்,
கடுகளவும் பாகுபாடின்றி!
இரக்கமின்றி உன் இறப்பைக் காட்டினாள்.
உன் ஆட்டம் முடிந்தது..
இனி அவள் ஆட்டம் தொடர்கிறது...

தே. ஷாரிகா

குறி கேட்கலயோ... குறி...

நட்புறவில் நல்லறம்
சொல்லும்
மதிதோழி குறி கேளு சாமி...!

இருண்ட வீட்டில் வாழ்ந்து
வந்த
இவ்விரண்டு தோழிகளில்
ஒருத்தி மட்டும் உலக அழகி...!

உலகமே மதிகண்டு மதிமயங்க
தோழியே தேவையேன
தினம் தினம் சுற்றி வந்தாள்
அவள்...!
இரவில் ஒளியாய்
கடலில் அலையாய்
நெருங்கிய சொந்தமாய்
நிலைக்கண்ணாடியாய்
பருவகால மாற்றம் தரும்
பருவ மங்கையிவள் பாசத்திற்கு அளவில்லை...!

கட்டிவைத்த சீட்டுக்கோட்டை
காற்றடித்து விழுந்ததோ.? கண்பட்டு விழுந்ததோ.?
என்பதைபோல்
திடீரென ஒருநாள் தோழிக்கு சுரம்
காரணம் என்னவென்று
யாவரும் அறிவோம்...அத்தோடு விட்டுவிட்டோம்...
அவளை
அனாதையாய் விட்டு விட்டோம்...!

செரித்த வயிறு மறந்தாலும்
ரசித்த கண்கள் மறக்காது பெற்றவளை

ஆம்...
சித்திரகுப்தன் தராசிலும்
நன்றியுணர்வை விட நட்புணர்வே
எடை அதிகம்...

ஒத்தடம் கொடுக்க,
ஒத்தாசையாய் இருக்க
ஓர் வழியுமின்றி
எட்டநின்று குட்டிப்பூனையாய்
சுற்றி வந்தவள்
துணிந்திடுவாள் ஓர்நாள்..!
நட்பின் ஈர்ப்பில் நெருங்கிவந்து
உயிரை உருக்கி ஊற்றி
தன்னுடல் தைலமாக்கி
தோழிக்கு ஆதரவாய்
நெற்றிமுத்தமிடுவாள் மதி
இதுவே விதி...!

கர்ப்பத்தில் இருந்துகொண்டே
பூமாதேவி கழுத்தை பிடிக்கும் மனிதா..
பார்த்துக்கொண்டே இரு
மதிமயங்கிய உன்னை
மறைய வைக்க
மதியெனும் நிலவே வந்து கொண்டிருக்கிறாள்..!

விளக்குப்பிடித்து
ஏதுமில்லா எதிர்காலத்தை எதிர்பார்த்திரு..!

இராவண யாழ்

பட்டா எதற்கு?

தாங்கும் நிலமும்
தகிக்கும் வெயிலும்

ஓடும் நதியும்
ஓசைக் குயிலும்

வீசும் காற்றும்
வீணை கீதமும்

அடிக்கும் அலையும்
அசையும் மரமும்

மலரும் பூவும்
மனிதன் மனதும்

நீந்தும் மீனும்
நிறைந்த நீரும்

கோடை மழையும்
கோ வின் ஆட்சியும்

இயற்றிய இயலும்
இயற்கை அழகும்

அகிலத்திற்கு பொதுவானதேயன்றி, பங்கிட்டு பட்டாயிடும்
உரிமை எவர்க்கு?

காவியா செங்கொடி

உவமையா இயற்கை

பெண்ணின் அழகை விவரித்தோம்
இயற்கை கண்டு,
அவளும் பெண் என்ற வர்ணனை கொண்டு.
நீண்ட குழல் கொண்ட மாசுக்காற்று,
அவள் முகில் சிகையை நாசாமாக்க
கீழ் செல்லும் நச்சுக்கலவை,
என்னவள் நதியின் கற்பை சூறையாடுகிறது.
அவள் முந்தானை மணல்,
திருடி, கடத்தி, விற்கப்பட
அவளின் தாய்ப்பாலும் வற்றியதே
சிட்டுக் குருவியா அவள், அலைக்கதிரின் பலி.
உணவை நெகிழிப் பையில் எடுத்து வந்தோம்,
அதைப் பூமாதேவி உண்ணமாட்டாள் என்று மறந்தோம்.
எழில் மலையை குடைந்த பொழுது,
உறைந்த பனியாய் வேடிக்கை பார்த்தோம்.
வர்ணனைகள் அள்ளித் தெளித்து,
பெண்ணை அழகூட்டினோம்,
ஏனோ இயற்கை பெண்ணாக இருப்பினும்,
அவளைப் பேணிக்காக்க மறந்தோம்.
அவள் சலித்துக்கொள்ளவில்லை,
மடியில் நம்மை அரவணைத்துக் கொண்டாள்.
அவளின் பரந்த மனம்,
அழித்தாலும் கொடுக்கும் திடம்
மனிதனாய் உன்னால் இயலாது!
இனியாவது கண்களைத் திற மானிட இனமே!
என்னவள் இயற்கையை அழிக்காதே!

சிவசங்கரி.ச.கை

குழி தோண்டு! வளி காக்க!

அடங்காத காற்றையும்
அடக்கி வைத்துள்ளான்
ஆக்ஸிஜன் சிலிண்டரில்...
வீசும் காற்றினுள் சுவாசிக்க
முடியாத அளவு மாசுக்கள்...
ஓடும் நீரினுள் ஆடும் குப்பைகள்
அளவின்றி நுழைந்ததே மனிதனால்...
மனிதனின் வளர்ச்சியைத் தடுத்து
வளர்ச்சி காணும் சில வளர்ச்சி இல்லா மனிதனும்
வாழ வழி இல்லையே உயிர் வளிதரும்
மரங்கள் இன்றி...அதையறியாது
மற்றவனுக்கு குழி தோண்ட பழகிய மனிதனும்
மரங்களுக்கு குழி தோண்ட மறந்துவிட்டான்
அதனால் சுற்றுச்சூழலும் நிலையின்றிவீழும் நிலை
வந்ததே...
இனி வாடாமல் வாழ வழி செய்வோம்
மரம் வளர்ப்போம்!

செ.சௌந்திரராஜன்

மாற்றாந்தாய்க்கு அவசியமென்ன?

ஓர் அணுவில் தொடங்கிய ஞாலம்..
தாயென மாறிய இயற்கை,
உயிர் கொடுத்து பெற்றெடுத்தாள் உயிர்களை..
பருவத்தில் மனிதனுக்கு ஊட்டி வளர்த்தாள், முதியவயதில்
அவளை ஊக்குவிப்போம் என்று..
ஊட்டி வளர்த்த உணவை(மரம்) சுரண்டி,
உடல் உறுப்புகளை(வளங்கள்) சிதைத்து,
உடன் பிறந்தவர்களை(விலங்கு) கொன்று தீர்க்கத்தானோ
பெற்றெடுத்தாள் மனிதனை..
சுகம் தேடி சுயநலம் கொண்டு
அணு அணுவாகக் கொலை செய்கிறான் அவளை..
அவன் பிள்ளைகளை காக்க தத்து தாயை(செவ்வாய் கிரகம்)
தேடுகிறான் மூடன்..
நம் தாயை காத்தால் மாற்றாந்தாய்க்கு அவசியம் என்ன?
அவள் உடல் இருக்கும் வரை தான் நான் என்ற தலைக்கனம்
ஒலிக்கும்..

தெ.நேத்ராஸ்ரீ

மாசற்ற இயற்கை

பூமியும் தாயின் மனதை ஒத்து இருப்பதால் தான் நாம் செய்யும் தீங்கை பொறுத்து நம்மை காக்கிறது.....

ஆனால் பொறுமையை இழந்து சீற்றம் கொண்டு எழுந்தால் நம்மால் தாங்க முடியாது என்பதையும் நினைவில் கொள் மனிதா....

நம் சந்ததியினருக்கு விலை மதிப்புமிக்கது என சிந்தையில் வைத்து பல பொருட்களை விட்டு செல்கிறோம்...

ஆனால் உண்மையான சொத்து என்றால்
அவர்கள் நலமுடன் வாழ மாசற்ற இயற்கையை கொடுத்து செல்லுவது தான் .

இவ்வளவு நாள் நாம் செய்த தீமைக்கு இனியாவது நன்மையை செய்யுவோம்....

ஐந்து அறிவு படைத்த உயிர்கள் கூட தனது
முயற்சியால் இயற்கையை பாதுகாக்கிறது

ஆனால் ஆறு அறிவு படைத்த நாம் இயற்கையை
அழிவிற்கும் உட்படுத்துகிறோம்....

சுற்றுச் சூழலை பாதுகாப்பது நமது தலையாய கடமை
என்று ஒவ்வொரு மனிதனும் உணர்ந்து வாழ்ந்தால்
போதும்..

மாசற்ற சுற்றுச் சூழலை
உருவாக்க முடியும்...

ரேவதி பால்மாணிக்கம்

சூழல் நண்பன்

பள்ளியில் ஓவிய போட்டி
தலைப்பு
சூழலியல் நண்பர்கள்
குழந்தைகள் மறவாமல் வரைந்தனர்..
மரம்.. மண்புழு..
பட்சிகள்.. பூச்சிகள்..
பூவினம்.. விலங்குகள்..
நீர்நிலை.. சூரியன்..
மழையையும் சேர்த்தனர்..
தானும் ஓர் உருவாய்
தன்னை போலெ சிறுவருடன்
வண்ணத்து பூச்சி விளையாடி
ரெட்டை முளை
விட்ட மரகன்றை
நட்ட சித்திரம்
நல்வண்ணம் தந்தனர்..
மனதிலே உள்ளவற்றை
மாறாமல் வரைந்த
மழலை ஒருவருக்கும்
சூழல் தோழனாய்
மனக்கண்ணில்
தோன்றவில்லை
ஓர் மனித முகம்...

இன்னும் கொஞ்சம் காலம் தான்

இன்னும் கொஞ்சம் காலம் தான்..
போன்சாய் மரங்கள்
காய்க்க தொடங்கிவிட்டால்
காட்டை பக்குமாய்
உழவு செய்து வரும்
நிலமெல்லாம் நமக்குத்தான். ..

இன்னும் கொஞ்சம் காலம்தான்..
இயற்கை விவசாயம்
எந்திர மனிதன் பழகியதும்
துரித பயிர்களெலாம்
பெரிதாய் முளைத்துவரும்
வெள்ளாமை நமக்குத்தான்..

இன்னும் கொஞ்ச காலம் தான்..
வளர்ப்பு விலங்குகள்
வயிறு வளர்க்க தேவையில்லை..
நொடியில் திறனேற்றி
விடியும் வரை பேசும்
வீட்டு எந்திரன் வருகின்றான்..

இன்னும் கொஞ்சம் காலம் தான்..
எரிமலை குழம்பேடுத்து
எரிசக்தி தயாரிக்கும்
அறிவியல் வந்தவுடன்
தெறித்திடும் வண்டிகள்
ஏராள சாகசம் புரிந்திடலாம்..

இன்னும் கொஞ்சம் காலம் தான்..
இருக்கும் உயிரினங்கள்
இறந்து பயன் தந்தவுடன்
பூமி நமக்கெதுக்கு
புது உலகம் புகுந்திடலாம்..

இன்னும் கொஞ்சம் காலம் தான்..
மனித களைகளை

மண்ணில் வீழ்த்த
விதைத்த வினைகள்
புதைத்தாலும் எழுந்து
அறுவடை செய்ய புறப்படலாம்..

இன்னும் கொஞ்ச காலம் தான்..
பரிணாம வளர்ச்சியின்
பற்பல படிகளில்
மேல்படியில் நின்றிருந்த
பாழ்பட்ட மனமுடையோர்
பாரபட்சம் பாராமல் வீழ்ந்திடலாம்..

இன்னும் கொஞ்சம் காலம் தான்..
மனிதா.. நீ மனம் திருந்த
இப்புவியில் மீண்டும் உயிராக
இயற்கை அளித்தது
இன்னும் கொஞ்சம் காலம் தான்..
கொடியே மரமாகுமா?
ஊர் நடுவே ஆலமரம்..
பறவைகள்.. அணில்கள்..
பூச்சிகள்.. வண்டுகள்..
ஊர்வதும் போவதுமாய்..
ஒற்றை மரத்தினிலே
ஓராயிரம் உயிரிகள்..
வசந்தத்தில் வந்து போகும்
வலசை பட்சிகளும்
அடங்கும்...
பகுத்துண்டு பல்லுயிரும்
பதமாய் வாழ்ந்தன
பல காலமாய்..

மரத்தின் உச்சிக் கிளையில்..
புத்தம் புதிதாய்
புது இலை ஒன்று..
பசும் இலை வளர்ந்தே
பரந்த சுற்றத்தில்
பழகி வந்ததே நட்போடு..

உயிரோட்டம் கொண்டு
படர்ந்து திரிந்து..
பற்பல இலையோடு
பல்கியது.. பெருகியது..

ஒற்றை இலை இல்லை
இப்போது...
பற்றி படர்ந்த கொடி
மரமே அதுவாய்...
அதுவே மரமாய்..
பாசாங்கு செய்ததோ..
பயம் தர செய்ததோ..
அஞ்சின உயிரெல்லாம்
ஆபத்தை உணர்ந்தன...
மரமென கொடி காட்டும்
பொய் பிம்பம் செல்லுமா..

மரமங்கே காணவில்லை...
மரம் வளர்ப்போம்..
மரம் வளர்ப்போம்..
கொடி இலைகள்
போடுது கூப்பாடு....

பாதி பழுத்த
கொடியின் இலை ஒன்று
பெரும் சத்தத்துடன்
மண்ணில் வீழ்ந்தது...
அதன் துருத்தில்
மரத்தின் இலை ஒன்று
புதிதாய் முளைத்தது..

ஹரிப்பிரியா கணேஷ்வர்

தும்பைத் திணை

சிறுபுள்ளி கருவொன்றில் பெருவெடிப்பு நிகழ்ந்தது.
ஒலியாய் ஒளியாய் வெளியாய் வளியாய்
கோளாய் மீனாய் பிறந்தன குழவிகள்.
மயில் கழுத்து வண்ணத் துளி
உயிர்த்துடிப்பு அதற்கு அகரமானது.
ஒரு கரு பல கரு ஆனது.
பல கரு உடம்பொன்று ஆனது.
புள்ளாய் புலியாய்
மானாய் மரகதப்புறாவாய்
எழுந்தன உடம்புகள்.
நிம்மதி வனத்தில் நினைக்காதது நிகழ்ந்தது.
தாவித் திரிந்த குரங்கு ஒன்று,
தத்தி தத்தி நடக்க ஆரம்பித்தது.
நான்தான் மனிதன் நான்தான் அரசன்
நானே தலைவன் நானே இறைவன் என்றது.
நெகிழி உருவாக்கி அகழியெங்கும் நிரப்பி,
மடுவென மதிக்கவில்லை
மற்ற உயிர் வாழிகளை.
மாசது கேடென்று மன்றாடினால்,
போட சரிதானென்று இளித்தது.
பொறுத்துப் பொறுத்துப் பார்த்த பூமி ஒரு நாள்,
பிளந்து விழுங்கியது பரிணாமித்த குரங்கை மட்டும்.
ஆசுவாசமடைந்த அழகிய உலகில்
அன்றிலிருந்து ஒலிக்கிறது சிரிப்பொலி மட்டும்!

ரேவந்தி

இயற்கையே இறைவன்

மரம்தான் மானிட இனத்தின் உரம்! சிரம் கொண்டு மரம்
காக்காவிடில் திக்கற்றுப் போகும் மானுட இனம்!
ஆக மானுட இனமே காத்திடுவோம், மர இனங்களை!

அழகோவிய வீட்டிற்கு ஆற்றுமணல் திருடியதால்
ஆற்று மணல் ஊற்றுகள் பரிதவிக்கிறது தண்ணீர்
பஞ்சத்தில்!

மாய்ந்தும் பாய்ந்தும் இயற்கையை மலடாக்கிப்
படைத்தோம், செயற்கைக் காய்கறிகளை! கைகாட்டிச்
சிரித்தோம் மலட்டு இயற்கை என! ஆனால் வசதியாய்
மறந்தோம், இயற்கை மலடானால் முதலில் மலடாவது
மானுட இனமென்பதை!

இன்றைய உலகின் மாபெரும் குப்பை e-waste என
இணையத்தில் கவிதை படைப்போம், வருங்கால e-waste-
ஐக் கொண்டு!

ஆக, என்னே அழகு பிளாஸ்டிக்! என இயற்கைக்கு
உணவாய் ஊட்டி மகிழ்ந்தோம் பிளாஸ்டிக்கை, அன்று
அழுது சிரித்தது இயற்கை! அட மடையா நாளை நீ
உண்ணப் போவதே பிளாஸ்டிக் அரிசியைத் தான் என!

குளிர்பானத்தில் கூலிங் இல்லை என்று கண்டபடி
பேசுகின்றனர்! ஆனால் அந்த குளிர்பானங்களால்
ஓட்டையாவது மனித குடல் மட்டுமல்ல, இயற்கையின்
குடலான ஓசோனும் தான்!

ஒவ்வொரு முறையும் AC ரிமோட்டில் வெப்பத்தைக்
குறைக்கும் போது, குறைவது அறையின் வெப்பநிலை!
ஏறுவது இயற்கையின் உடலின் வெப்பநிலை!

ஒவ்வொரு பொருளையும் **expiry date** பார்த்து
வாங்குகிறோம்! ஆனால் அந்த **expiry date** கொண்ட
ஒவ்வொரு பொருளும் இயற்கையின் **expiry**-ஐக்
குறைப்பதை மறக்கிறோம்!

நம் உடல் நிர்வாணத்தை மறைக்க இயற்கையை நிர்வாணமாக்குகிறோம்!
நிர்வாண இயற்கை நிவாரணம் தேட நிலையில்லா நம்மை நிர்மூலமாக்கும்

என் காரும் பைக்கும் வேகத்தில் பறக்கும் எனப் பெருமை பேசுகிறோம்! அது பறக்கும் வேகத்தால்
பரிதவித்து உயிர்போவது இயற்கைக்குத் தான்!

உன் கருவைத் தடுக்க காண்டம் போடுகிறாய்! ஆனால் உன் கருவோடு சேர்ந்து வாழத் துடிக்கும் இயற்கையின் கருவும் அழிகிறதே!

வானிற்கு கற்பூரம் காட்டி இயற்கையைப் போற்றி வணங்குகிறோம்! அந்தக் கற்பூரம் தானும் எரிந்து, இயற்கையையும் எரிக்கின்றது!

ஆக, நம் வருங்கால வளம் காக்க, கையிலெடுப்போம் இயற்கையை! புறக்கணிப்போம் செயற்கையை!

இயற்கையைக் காக்க இயற்கையையே துணையாய்க் கொள்வோம்! இயற்கையே இறைவன்! இறைவனே இயற்கை!

ராஜேஷ் குமார்

"வசப்படும் வண்ணங்கள்"

முத்துப்பவள சிற்பிகள்,
மொத்தமாய் அழியும் சிற்பங்கள் .
தொட்டுப்படரும் பேயாய், நோய்
விட்டு விடாமல் வாழ்த்தியது, வீழ்வதற்கு.

மனிதச்சங்கிலி மாசடைய,
மின்மினி உயிர்கள் நாசிநுகராமல்,
தூசித்துகளை துடைத்துத்துடைத்து,
சிறிய வாழ்வும் சரியத்துவங்குது.

சுற்றும் உலகம் நித்தங்கலங்குது,
சித்தந்தெரியா பித்தம் வதைக்குது.
அதுவும் உயிரை என்று நீ கொண்டால்,
நீயும் வாழ உயிருன்னைக் காணும்.

உன்னில் தொடங்கா எதுவும் உலகில் துவங்கா(து)
அது மாற்றமே ஆனாலும், அதன்
மறுமலர்ச்சி நீயே.

உன்னை நேசி, உலகை நேசி
உயிரனைத்தையும் நேசி.
ஆயுள் கூட, கண் மூட அதுவே ஆசி.

இவன் வாழ, அவன் வீழ
என்னும் நிலை மாற,
பூ வாழ பூச்சி வாழ,
நீயும் நானும் ஊரும் வாழ,
மண்ணை நேசி, மனிதத்தை சுவாசி,
காற்றுங்கடலும், நிலமும் வயலுமாய் யோசி.

உயிரும் உடலும் ஒன்றே,
நிலமும் கடலும் ஒன்றே,
மனிதவாழ்க்கை இன்றே,
மாறும் புதிதாய் நன்றே!

இயற்கை உயிரூட்டும்,
இயன்றுப்பார்
இலக்கியங்கள் உன்னை போற்றும்.

தேடலை துவங்கு,
தேவையை வணங்கு.

சுபுணன் சுகுந்தன்

இயற்கையை காப்போம்

இயற்கையின் சீற்றம்
  உருவாகும் காரணம் யாது
நம் அலட்சியத்தின் காரணமே
  தண்ணீர் பஞ்சம்
ஏற்படும் காரணம் யாது
  மழைநீரை சேமிக்காத காரணமே!

இயற்கையாய் கிடைக்கும்
  காற்று எங்கே
செயற்கை காற்று சுவாசிக்கும்
  அவலநிலை ஏன்
நட்டு வைத்த மரங்களின்
  அழிவிற்கு காரணம் என்ன
அனைத்திற்கும் நம் அக்கறையற்ற மனமே!
மரங்களை நடுவோம்
  நிலங்களை காப்போம்
உயிர்களை மதிப்போம்
  என்று நினைவில் கொண்டு
சுற்றுச்சூழலை காப்போம்
  இயற்கையை காப்போம்
வளங்களை பெறுவோம்.

மு.ஹர்ஷினி

உயிருக்கு உரிமை கொடு

அந்நாளில் நோயில்லா வையம் உண்டாம்
நோயென் றன்இனமான மாந்தர் என்றோர்!
இந்நாளில் அந்நோய்தாம் பல்கிப் பெருகிப்
பார்தன்னை அழிகின்ற பதம் கண்டதுவே!
உயர்வேயான் அறிவென்ற வரம் உளதாலே,
தாழ்ந்தோர்க் கிங்கிடமில்லை என்றே அழித்து,
சுழலும் உலகிற்கே தலைசுற்றல் ஈந்தாராம்!
வாழும் உயிர்க்கெலாம் உரிமை உண்டன்றோ?
ஞாலம் எதையேனும் தவிர்த்துச் சிரித்ததோ?
பின் ஏனிந்த மனிதர்க் கிவ்வேலை!
காணும் உறவெல்லாம் நன்றாய் அசையும்
அசையா உயிரெல்லாம் நம்முயிர்க் கீடே!
அதனோடு வாழ்வோம்! அதுவன்றி வாழோம்!

தமிழன்பன் முகிலன்

கொடுத்தென்ன?
ஈன்றெடுக்காவிட்டாலும் மண்மடி கொடுத்தேன்,
ஈவிரக்கம் இல்லாமல் எனக்குக் கொடுத்தது ரசாயன உரம்.

பாவப்பட்டு குழந்தைக்கு நான் கொடுத்தது மரத்தின் நிழல்,
பாவம் செய்கிறோம் என்றே தெரியாமல் எனக்கு
கொடுத்தது நெகிழி.

இயற்கை தாய் என நான் கொடுத்தது தூய்மையான காற்று,
இதயமே இல்லாத எனக்கு கொடுத்தது காற்றில் மாசு.

தாய்ப்பால் போல் எண்ணில் உள்ள தண்ணீரை
கொடுத்தேன்,
தாய் எனப் பாராது எனக்கு கொடுத்தது ரசாயன கழிவுகள்.

வளமாக வாழ நான் கொடுத்தது மழை,
வருத்தமே இல்லாது ஒரு மரத்தை வெட்டி செய்வது
என்னவோ கொலை.

கொடுத்த அனைத்தையும் கொடை என பாராது,
கோடியாக்கவே பார்க்கிறான்.

என்னை மதிக்காவிட்டாலும் பரவாயில்லை,
அளிக்காமலாவது வாழ்ந்துவிடு மனிதா!!

சதாக்ஷி.சி

சுருக்குக் கயிறு

ஆதிமகள் ஒருத்தி கனவில் தோன்றினாள்.
பச்சை நிறத்துக்காரி அவள்.
செம்பழுப்பு கூந்தலைக் கட்டி முடிய, அவள்
குருதி நிறைத்து போஷித்த மரங்களை எனக்கு அறிமுகம்
செய்தாள்.
அன்பினால் அடர்ந்த ஒரு நூறு மரங்கள்""
ஒவ்வொன்றிற்கும் ஒரு பெயரிட்டு இருந்தாள்.
'ஒரு மரம் அதன் கனிகளை கொண்டு அமுது படைத்ததாய்;
மற்றொன்று அவள் அழுகையில் ஆரத் தழுவியதாய்;
வேறொன்றின் கிளை நெடுக உறங்கியதாய்';
கண்கள் மினுக்க அவள் கூறிய கதைகளை
கிரகித்த எனக்கு, பகிர கதைகளும் இல்லை;
மரங்களும் இல்லை.
அழிக்கப்பட்ட வனத்தின் பின்கதையும் கூறி
மறைந்தாள் அவள்;
என் சமூக சுயநல காரணிகளின் சுருக்குக்கயிறு மேலெழ.

சத்யா

மனமுடைந்த இயற்கை

குணத்தில் குறை கொண்ட நமக்கு பாடம் கற்பிக்க
வந்ததோ இக்கிருமி

இயற்கையை காக்க மறந்தோம் இன்றோ
நம்மை காக்க மறந்தது இயற்கை

சாதியும் மதமும் முக்கியமாய் தெரிந்த பலருக்கு
உயிரோடு வாழ இவை அவசியமில்லை என புரிய வைத்து
விட்டது

காசு இருந்தால் எதுவும் சாத்தியம் என்பதை
பற்றாக்குறையான படுக்கைகள் உடைத்தெரிந்தது

வெட்டி ஏற்றினோம் மரங்களை வெளிநாடுகளுக்கு இன்றோ
கை ஏந்தி நிற்கிறோம் உதவிக்காக

இயற்கையை ரசிக்க மறந்தோம் இன்றோ பத்தி எரியும்
பிணங்களில் குளிர்காய்கிறது இயற்கை

பறவைகளின் சப்தங்களை கேட்க
மறந்தோம் இன்றோ அழுகுரல்கள் காது
நிரம்பிவழியச்செய்தது இயற்கை

இத்தனை நடந்தும் மாண்டது மனிதம் மருந்து
கடத்தல்காரர்கள் முன்

சிரிப்பதை தவிர என்ன செய்ய நானும் பட்டும் திருந்தா
இப்பாவியை கண்டு

ஆடிய ஆட்டம் என்ன
அடங்கியது வாழ்க்கை முகக்கவசம், கிருமிநாசினிக்குள்

திரும்பிவிட்டோம் ஆதியை நோக்கி
ஆனால் திருந்த மறந்தோமே இன்னும் தெருக்களில் தானே
சுற்றி வருகிறோம்

இயற்கையின் வலியை உணர்வே
இயற்கையும் எடுக்கிறது வன்முறையை

திருந்திடு மனிதா
இயற்கையை காத்திடு பணிவாய்

Maryam Ahamed Jeelani Sikkander

உனக்கு மட்டுமா உலகம்

மனிதா...
உலகம் உனக்கானது மட்டுமா??
சற்றே சுற்றி பார்...
ஊர்ந்து செல்லும் எறும்புக்கும்...
தாவி செல்லும் தவளைக்கும்..
விஷம் நிறைந்த பாம்புக்கும் ...
சீறிப்பாயும் சிறுத்தைக்கும்...
தோகை விரித்தாடும் மயிலுக்கும்.. என
அஃறிணை முதல் ஐந்தறிவு வரை...
எவருக்கும் சொந்தம் இவ்வுலகம்!!
உனக்கு மட்டும் சொந்தமென ...
சற்றும் ஏமாந்து விடாதே!!
எவருக்கும் சொந்தம் இவ்வுலகம்...
இது இறைவன் படைத்த சரீரம்!

கவிதை தமிழச்சி

நம்மை தான் இயற்கை சுமக்கிறது

பேணிக்காக்க வேண்டிய திரு நாட்டை
பேரழிவுக்கு கொண்டு செல்வது ஏனோ?
இயற்கையை நாம் என்றும் சுமப்பதில்லை
நம்மை தான் இயற்கை சுமக்கிறது!
நாட்டிற்கு மாற்றங்கள் வேண்டும்தான் ஆனால்
அழிவை ஏற்படுத்தும் மாற்றங்கள் அவசியமில்லை!
யோசித்து முடிவெடு நாட்டின் தலைமையே
இறுதியில் உன் தலைமுறைகூட மிஞ்சாது!
இன்று சுவாசிக்கிறோம் என்று நினைக்காதே
எதிர்காலத்தில் அதற்கும் விலைகொடுக்க நேரிடும்!
புரட்சியாளனாக சொல்லவில்லை ஒரு மனிதன்
என்ற உணர்வில் எதிர்காலத்திற்காக போராடுகிறேன்!

வெ.நந்தகிருஷ்ணா

அவனும் அவளும்...

கொள்ளை அழகு
கொண்ட பூமி
அதன் அழகில் மயங்கிய வானம்
கொட்டிய காதல் பரிசு
இந்த மழை

கார்த்திகை அந்தியில்
கடும் வெயில் மத்தியில்
மேலவனும் கீழவளும்
காதல் பேச கரைந்த தூது
இந்த மழை

நானும் அவளுமாய் போன
பூமியும் வானமும்
இரண்டும் தீண்டும் வழி
இந்த மழை

திண்டலின் தோன்றல்
ஆயிரம் ஆயிரம் மாய்
அத்தனைக்கும் ஒற்றைப் பெயர் இயற்கை

கீழவள் மீது பொருந்தாக் காதல்
அவள் வருந்தச் செய்தான் மனிதன்
அவள் மீது கொண்ட வன்மம்
கிடைக்கா வெறுப்பில் எய்தான் அமிலம்

சிதிலடைந்தாள் சீற்றம் அடைந்தாள்
மேல் வாழும் நாதனுக்கு தந்தி அடித்தாள்
காதலின் பரிசு மழை
அன்றோடு பொய்த்தது

இவன் எய்த அமிலம்
மேல் இருந்து பெற்றான்
சகிக்கு நீதி கேட்டு
நல்மழை விடுத்து
அமிலம் பொழிந்தான் ஆகாயன்

வே.விக்னேஷ்

சுற்றுச்சூழலின் இன்றைய நிலை

உணவே மருந்து என்று இருந்தோம்....
சரிவிகித உணவு உண்ண மறந்தோம்.....
காற்றில் வரும் விஷத்தை சுவாசித்தோம்...
விலையில்லா இயற்கையை சிதைத்தோம்.....
மரம் நடுவதை மறந்தோம்....
பிராணவாயுவை இழந்தோம்.....
மண்ணையும் நீரையும் நஞ்சாக்கி னோம்....
மாசற்ற நீரைத் காசு ஆக்கினோம்...
விரும்பிய வாழ்க்கை வாழ்ந்தோம்....
விஷத்தை உணவாய் உண்டோம்....
மனிதராய் வாழ மறந்தோம்...
மலை மலையாய் நோய்களை பெற்றோம்....
இனியாவது
இயற்கையைப் பேணுவோம்....
இனிய நலவாழ்வு வாழ்வோம்....
பசுமை காத்து வளம் சேர்ப்போம்...
இயற்க்கையைஸநேசிப்பது மட்டுமல்ல பாதுகாப்பதும் அவசியம்!!!

ம.வனிதா குமணவேல்.

இது என்(ன) உலகம்...

விதைத்திட்ட எங்கும்
விளைந்த காலங்கள் போய்
வள்ளுவனின் குறளாய் குறைந்து விட்டது
நிலங்கள்...

வறட்சியின்
போர்வையில்
புகுந்து கொண்ட உலகத்தை...

கருகருக்கும்
மேகங்கள்
காணவரும் நாள் இனிகுறைவே...!

ஆடையாய் இருந்த
மரங்கள்
அவிழ்ந்தப்பின்னர் நிர்வாண
கோலத்தில் தான்
இன்றைய காடுகள்..

தென்றலாய்
தவழ்ந்து வந்த
காற்றினம்
மாசுக்களின் மடியில்
மரணித்துப் போயிருக்கிறது..

இவற்றின் உயிர் இழப்புகளால்தான்
ஓசோனின்
ஓட்டைகள்...!

நஞ்சை புஞ்சை நிலங்களில்
இன்று அமோகமாக விளைவது
வீடுகள் மட்டுமே..

குளங்கள் கூட
மனிதக் கறையான்களால்
உருமாறிப் போயிருக்கிறது..
நாகரீகம்.. புரட்சி...
என்ற பெயரில்
நாம் செய்துகொண்டிருப்பது
ஐம்பூதங்களை
அழிக்கும் பணியே...

காற்றுக்கும் தண்ணீருக்கும்
மரணதண்டனை கொடுத்துவிட்டு
பிறகு எப்படி
எதிர்பார்ப்பது
ஆரோக்கிய வாழ்வு...!

புதிய கோளை தேடி அலைய வேண்டியது
இனி அவசியம்தான்...
பூமிக்கு இனி ஆரம்பித்துவிட்டது
மூச்சடைப்பு...
முருகனின்
மயிலையும்...
ஏசுவின்
காலடித்தடமும்....
புத்தனின்
போதிமரமும்...
அல்லாவின்
அருளும்...
சுமந்துக்கிடக்கும்
இந்த பூமியை
அழிக்கவா
நம் அவதாரங்கள்...
நாளை சங்கதிக்கு
நாம் வழங்கும்

வாழ்க்கை
இந்த பூமியாக இருக்கட்டும்...
தண்ணீர் அதன்
கற்பிழக்காமல்
காப்போம் ..!

காற்றை
வடிக்கட்டி
காயம்
ஆற்றுவோம்..!

புகைக்கு
தடைப்போட்டு
கதவடைப்போம்..!

பசுமை வளர்க்க
முதலில்
வழிவிடட்டும்
நம் வாசற்படிகள்...

அப்போதுதான்...
துளிர்விடும் இந்த உயிர்கோளம்...!

கவிஞன் இரா சதீஷ் குமார்

மண்ணின் மைந்தன்

பயிருக்குத் தகுந்த தன்மையாய்
விவசாயிகளுக்குச் சிறந்த தொண்டனாய்
உழைப்பாளிகளுக்கு ஏற்ற சன்மானமாய்
கட்டுமான இடங்களின் நிலைத்து உறுதியாய்
மழைநீரைக் குடிப்பதற்கு நல்ல பண்டமாய்
போராளிகளுக்கு வெற்றி வாகைச்சூடி
திறமையாளர்களுக்குச் சிறந்த மேடையாய்
கால்நடைகளுக்கு தக்க வசிப்பிடமாய்
கட்டமைப்பிற்கு அடித்தளத்தில் தரமாய் விளங்க
உழவனுக்குத் தோழனாய் பயிருக்கு உரமாகி
விளைச்சலுக்கு துணை நின்று
கடற்மண் கொள்ளையர்களுக்கு தக்க தண்டனைக்
கொடுத்து
கார்பரேட்யிடமிருந்து நில அபகரிப்பை மீட்டு
தக்க வசிப்பிடமாய் நேரத்தில் தண்ணீரினை அளித்து
மக்களின் போராட்டத்திற்கு உரிமையின் மேடையாய்
திகழ்ந்து
என்றும் நாம் வாழ,
பூமாலை சூட வேண்டாம்;
மண்ணின் மைந்தனர்களாய் நிலையுங்கள்...

- ப.ஹரிணி (kaviyin_kadhali)

இயற்கை! இறைவன் ஆனதே!

பார் கொடுத்தான்!
கான் அளித்தான்!
இயற்கை விருந்தை
விரித்து வைத்தான்!
அதில் நவஎழில்களை
கொட்டி அமைத்தான்!

இத்தனை படைத்த
இறைவனுக்கு மனம்
போதவில்லை போலும்
மனிதனை உருவாக்கினான்!
அழகினை போற்றிகாக்க
கொடையென ரசனையை
வழங்கி அனுப்பினான்!

இனாமாய் வந்த ரசனையின்
மகிமை அறியாத மானுடன்
விற்றுவிட்டான் அதனை!
வசதியான வாழ்விற்காக...

சுரண்டி சுரண்டியே
மண்வளத்தை மலடியாக்கினான்!
இயற்கை தாயை
விதவையாக்கினான்!

அழித்து கரைசேர்த்த
மனிதனை பழிவாங்க
இயற்கை மனிதனல்லவே!

தோண்ட தோண்ட
பொறுமை காக்கும்
பூமி போல - உயிர்களை
காக்க வல்ல இயற்கை!
இறைவன் ஆனதே!

மாயாதி.

வளங்களை மீட்டெடுப்போம்...

மரங்களை வெட்டினோம்
மண்வளம் குறைந்தது.
காடுகளை அழித்தோம்
கருமேகங்கள் அழிந்தது.
அணு உலையின் தோற்றத்தால்
அமிலமழை மண்ணைத் தொட்டது.
விதைகளை இட்டு விளைந்த விவசாய
பூமி வீட்டுமனை விற்பனைக்குச் சென்றது.
மும்மாரி பொழிந்த நிலைமாறி
வானம் பார்த்த பூமியைப்
போல் மாறிவிட்டது வாழ்வு.
காலம்மாறி பெய்த கன மழையால்
ஏற்பட்டது சில அழிவு.
பரந்து விரிந்த தண்ணீரையும்
பாட்டிலுக்கு உள்ளே அடைத்தோம்.
தூய்மையான காற்றிலும்
விசத்தினைக் கலந்திட்டோம்.
வளங்கள் நிறைந்த பூமியை
வறண்ட பாலைவனமாய் மாற்றிவிட்டோம்.
முன்னோர்கள் கொடுத்ததை எல்லாம்
அனுபவிக்கத் தெரிந்த நமக்கு,
வருங்கால சந்ததியினருக்கு திருப்பிக் கொடுக்க
நம்மிடம் என்னதான் இருக்கு?
காலங்கள் ஒன்றும் வெகு
தொலைவில் இல்லை,
இருப்பதைக் காத்தாவது ஏற்படுத்திடுவோம்
புதிய மாறுதலை...

உயிர்த்தெழு நதியா

பசுமை உலகம்

சுற்றுச்சூழல் என்பது உண்மையான சொர்க்கமே..
காப்பது நமது கடமை என்பதை கருத்தாய் சொல்லாமல்
காப்பது நமது உரிமை என்று கவனித்து செயல்பட்டால்
வாழும் காலம் வசதியாகும் இது உண்மையே..
சுய சிந்தனை செயல்பாடே
சுற்றுப்புற சூழலை சீராக்கும்..
சுமையான தனிமனித மாற்றமே
இந்த சுற்றும் பூமியை வாழவைக்கும் !
சுற்றுச்சூழலை காப்போம்;
பசுமை உலகத்தை வரவேற்போம்!

நந்தினி மாரப்பன்

இயற்கையின் நினைவூட்டல்

வளர்ச்சியை தேடி
விளைவுகளை மறந்தோம்
நினைவூட்டியது
இயற்கை வறட்சியின் வழியில்

மரங்கள் உயர்ந்த இடங்களில்
கட்டிடங்கள் உயர்ந்தன
மரங்களை நடவில்லை என்றாலும்
அழிக்காமல் காத்தல் உயிர்கள் மிஞ்சும்

அழிவின் விளிம்பில் இருப்பது
இயற்கை அல்ல
இயற்கையை சார்ந்த உயிரினகளும்
இயற்கையை சாய்த்த மனிதனும் தான்

இயற்கையின் இட ஒதுக்கீட்டில் வாழ்வதை மறவாமல்
சொத்துக்களை சேர்க்காமல் சுற்றுசூழலை மேம்படுத்தி
இயற்கையை காப்போம்

பிரபா.ஈ

மாற்றமும் மறந்தவையும்

பூமியின் மடியில்
தான் இன்னும்
தவழ்ந்து கொண்டுள்ளோம்

அதனை மறந்து
நீ பூமியையே
உனக்கேற்றவாறு
மாற்ற நினைக்கிறாய்

வயல்வெளிகளை
அழித்து அலைபேசி
கோபுரம் அமைத்தாய்
விளைவு பறவைகள்
குறைந்தன

பயிர்கள் பூச்சிகளுக்கு
இரையாகின

மரத்தை வெட்டிவிட்டு
வீடு கட்ட சிந்தனை
செய்தாய் அதனால்
என்னவோ
மழை பெய்யவில்லை
உயிர்வளியை
காசு கொடுத்து
வாங்கி சுவாசம் செய்கிறாய்

குளத்தை அழித்து
வீடு கட்டி அழகு
பார்த்தாய் விளைவு
வெள்ள நீர்
வீட்டுக்குள் புகுந்தது

கழிவுகளை ஆற்றில்
வீசி நீரை அசுத்தம்
செய்தாய் அதன்
விளைவு

தண்ணீரை காசு கொடுத்து
வாங்கவேண்டிய நிலை இன்று

நெகிழியை பூமியில்
புதைத்து பூமித்தாயின்
குரல்வளையை
நெறிக்கிறாய்

வாகனத்தின்
இரைச்சல் கொண்டு
மற்றவரின் இதயத்துக்கு
கேடு விளைவிக்கிறாய்

உன் வீட்டு
அழகு படுத்த
சாலையை அசுத்தம்
செய்கிறாய்

சுத்தம் என்பது
வீட்டுக்கும் மட்டுமல்ல
நாட்டுக்கும் தான்

குப்பைகளை கொட்டாதே
சுற்றுச்சூழலை
கெடுக்காதே

மு.பெருமாள்

www.ingramcontent.com/pod-product-compliance
Lightning Source LLC
LaVergne TN
LVHW040336171026
850499LV00046B/2104
* 9 7 8 9 3 9 1 4 2 3 0 5 6 *

எவருக்கும் உலகம்

சோ.சிவாசலபதி

புக் வெஞ்சர்ஸ்

எவருக்கும் உலகம்
ஆசிரியர் © **சோ.சிவாசலபதி**

முதற்பதிப்பு 2021
பக்கங்கள் 69

Published by Book Benchers 2021
Copyright © Siva Salapathy 2021
All Rights Reserved.

ISBN 978-93-91423-05-6

ThebookBenchers@gmail.com
Contact 9944992571

Afflicated By
Aelay Publish
www.aelaypublish.com